NGHI THỨC
TỤNG NIỆM

NGHI THỨC TỤNG NIỆM

NGUYỄN MINH TIẾN thực hiện

- Nghi thức Tịnh độ
- Nghi thức Cầu an
- Nghi thức Sám hối
- Nghi thức Cầu siêu
- Các bài sám tụng
  + Lễ Xuất gia
  + Lễ Khánh đản
  + Lễ Vu lan
  + Lễ Thành đạo

ISBN-13: 978-1-0921-7719-1
ISBN-10: 1-0921-7719-1

NGHI THỨC TỤNG NIỆM

THÔNG DỤNG

UNITED BUDDHIST FOUNDATION
LIÊN PHẬT HỘI

NGHI THỨC TỊNH ĐỘ

NIÊM HƯƠNG LỄ BÁI

(Thắp đèn đốt hương trầm xong, đại chúng đứng ngay ngắn, chắp tay ngang ngực mật niệm.)

Tịnh pháp giới chân ngôn

Án lam xóa ha.

(3 lần)

Tịnh tam nghiệp chân ngôn

Án ta phạ bà phạ, truật đà ta phạ, đạt ma ta phạ, bà phạ truật độ hám.

(3 lần)

(Vị chủ lễ thắp 3 cây hương, quỳ ngay thẳng, nâng hương ngang trán, niệm lớn bài cúng hương.)

NGHI THỨC TỤNG NIỆM

CÚNG HƯƠNG TÁN PHẬT

Nguyện đem lòng thành kính,
Gửi theo đám mây hương.
Phảng phất khắp mười phương,
Cúng dường ngôi Tam Bảo.
Thề trọn đời giữ đạo,
Theo tự tánh làm lành.
Cùng pháp giới chúng sanh,
Cầu Phật từ gia hộ.
Tâm Bồ-đề kiên cố,
Chí tu học vững bền,
Xa bể khổ nguồn mê,
Chóng quay về bờ giác.

(Xá rồi đọc tiếp bài kệ Tán Phật)

Đấng Pháp Vương vô thượng,
Ba cõi chẳng ai bằng.
Thầy dạy khắp trời người,
Cha lành chung bốn loại.
Quy y trọn một niệm,
Dứt sạch nghiệp ba kỳ.
Xưng dương cùng tán thán,
Ức kiếp không cùng tận.

KỲ NGUYỆN

(Đọc tiếp)

Đệ tử chúng con nguyện ngôi Tam Bảo thường trú trong mười phương, Đức Bổn Sư Thích Ca Mâu Ni Phật, Đức Tiếp Dẫn Đạo Sư A Di Đà Phật, cùng hết thảy Thánh Hiền từ bi gia hộ chúng đệ tử, tâm Bồ-đề bền chắc, tự giác giác tha, giác hạnh viên mãn, cùng chúng sinh trong pháp giới tội chướng tiêu trừ, căn lành tăng trưởng, nhất thời đồng chứng Vô thượng Chánh đẳng Chánh giác.

QUÁN TƯỞNG

(Đứng dậy cắm hương rồi vị chủ lễ chắp tay đứng thẳng và niệm)

Phật, chúng sanh tánh thường rỗng lặng,
Đạo cảm thông không thể nghĩ bàn.
Lưới đế châu ví đạo tràng,
Mười phương Phật bảo hào quang sáng ngời.

Trước bảo tọa thân con ảnh hiện,
Cúi đầu xin thệ nguyện quy y.

ĐẢNH LỄ

(Vị chủ lễ xá 3 xá rồi niệm lớn)

Nam-mô tận hư không biến pháp giới quá, hiện, vị lai chư Phật, Tôn Pháp, Hiền Thánh Tăng thường trú Tam Bảo.

(Đồng lạy một lạy)

Nam-mô Ta Bà Giáo Chủ, Đại Từ Đại Bi Bổn Sư Thích Ca Mâu Ni Phật, Đương Lai Hạ Sanh Di Lặc Tôn Phật, Linh Sơn Hội Thượng Phật Bồ Tát.

(Đồng lạy một lạy)

Nam-mô Tây Phương Cực Lạc Thế Giới Đại Từ Đại Bi A Di Đà Phật, Đại Bi Quán Thế Âm Bồ Tát, Đại Thế Chí Bồ Tát, Vô Lượng Thanh Tịnh Đại Hải Chúng Bồ Tát.

(Đồng lạy một lạy)

TRÌ NIỆM
CHÚ ĐẠI BI

(Toàn thể đều tụng)

Nam-mô Đại Bi Hội Thượng Phật Bồ Tát. *(3 lần)*

Thiên thủ thiên nhãn vô ngại đại bi tâm đà-la-ni.

Nam-mô hắc ra đát na đa ra dạ da. Nam-mô a rị da, bà lô kiết đế, thước bát ra da, bồ đề tát đỏa bà da, ma ha tát đỏa bà da, ma ha ca lô ni ca da. Án, tát bàn ra phạt duệ, số đát na đát tả. Nam-mô tất kiết lật đỏa y mông, a rị da bà lô kiết đế, thất phật ra lăng đà bà.

Nam-mô na ra cẩn trì hê rị, ma ha bàn đa sa mế, tát bà a tha đậu du bằng, a thệ dựng, tát bà tát đa, na ma bà dà, ma phạt đạt đậu, đát điệt tha. Án a bà lô hê, lô ca đế, ca ra đế, di hê rị, ma ha bồ đề tát đỏa, tát bà tát bà, ma ra ma ra, ma hê ma hê, rị đà dựng cu lô cu lô, kiết mông độ lô độ lô, phạt xà da đế, ma ha phạt xà da đế, đà ra đà ra, địa rị ni, thất Phật ra da, dá ra dá ra. Mạ mạ phạt ma ra, mục đế lệ, y hê y hê, thất na thất na, a ra sâm Phật ra xá lợi, phạt sa phạt sâm, Phật ra xá da, hô lô hô lô ma ra, hô lô hô lô hê rị, ta ra ta ra, tất rị tất rị, tô rô tô rô, bồ đề dạ bồ đề dạ, bồ đà dạ bồ đà dạ, di đế rị dạ, na ra cẩn trì địa rị sắc ni na, ba dạ ma na, ta bà ha. Tất đà dạ, ta bà ha. Ma ha tất đà dạ ta bà ha. Tất đà du nghệ, thất bàn ra dạ, ta bà ha. Na ra cẩn trì, ta bà ha. Ma ra na ra, ta bà ha. Tất ra tăng a mục khê da, ta bà ha. Ta bà ma ha, a tất đà dạ, ta bà ha. Giả kiết ra a tất đà dạ, ta bà ha. Ba đà ma yết, tất đà dạ, ta bà ha. Na ra cẩn trì bàn đà ra dạ, ta bà ha. Ma bà lỵ thắng yết ra dạ, ta bà ha.

Nam-mô hắc ra đát na đa ra dạ da. Nam-mô a rị da bà lô yết đế, thước bàn ra dạ, ta bà ha.

Án tất điện đô, mạn đa ra, bạt đà dạ, ta bà ha. *(3 lần)*

MA-HA BÁT-NHÃ BA-LA-MẬT-ĐA TÂM KINH

Quán Tự Tại Bồ Tát hành thâm Bát-nhã ba-la-mật-đa thời chiếu kiến ngũ uẩn giai không, độ nhất thiết khổ ách.

Xá-lợi tử! Sắc bất dị không, không bất dị sắc; sắc tức thị không, không tức thị sắc. Thọ, tưởng, hành, thức diệc phục như thị.

Xá-lợi tử! Thị chư pháp không tướng, bất sanh bất diệt, bất cấu bất tịnh, bất tăng bất giảm. Thị cố không trung vô sắc, vô thọ, tưởng, hành, thức; vô nhãn, nhĩ, tị, thiệt, thân, ý; vô sắc, thanh, hương, vị, xúc, pháp; vô nhãn giới, nãi chí vô ý thức giới; vô vô minh, diệc vô vô minh tận; nãi chí vô lão tử, diệc vô lão tử tận; vô khổ, tập, diệt, đạo; vô trí diệc vô đắc.

Dĩ vô sở đắc cố, Bồ-đề-tát-đỏa y Bát-nhã ba-la-mật-đa cố, tâm vô quái ngại, vô quái ngại cố, vô hữu khủng bố, viễn ly điên đảo mộng tưởng, cứu cánh Niết-bàn. Tam thế chư Phật y Bát-nhã ba-la-mật-đa cố, đắc A-nậu-đa-la Tam-miệu Tam-bồ-đề.

Cố tri Bát-nhã ba-la-mật-đa thị đại thần chú, thị đại minh chú, thị vô thượng chú, thị vô đẳng đẳng chú, năng trừ nhất thiết khổ, chân thật bất hư.

Cố thuyết Bát-nhã ba-la-mật-đa chú, tức thuyết chú viết:

Yết-đế, yết-đế, ba-la-yết-đế, ba-la-tăng-yết-đế, Bồ-đề tát-bà-ha. *(3 lần)*

Đại từ, đại bi thương chúng sinh,
Đại hỷ, đại xả cứu muôn loài.
Tướng tốt chói sáng tự trang nghiêm,
Đệ tử chí tâm quy mạng lễ.

Nam-mô Thập Phương Thường Trú Tam Bảo. *(3 lần)*

Nam-mô Bổn Sư Thích Ca Mâu Ni Phật. *(3 lần)*

Nam-mô Dược Sư Lưu Ly Quang Vương Phật. *(3 lần)*

Nam-mô Đương Lai Hạ Sinh Di-lặc Tôn Phật. *(3 lần)*

Nam-mô Linh Sơn Hội Thượng Phật Bồ Tát. *(3 lần)*

SÁM NGUYỆN

Đệ tử chúng con từ vô thỉ,
Gây bao tội ác bởi lầm mê,
Đắm trong sanh tử đã bao lần,
Nay đến trước đài Vô thượng giác;

Biển trần khổ lâu đời luân lạc,
Với sinh linh vô số điêu tàn,
Sống u hoài trong kiếp lầm than,
Con lạc lõng không nhìn phương hướng,
Đoàn con dại, từ lâu vất vưởng,
Hôm nay trông thấy đạo huy hoàng,
Xin hướng về núp bóng Từ Quang,
Lạy Phật Tổ soi đường dẫn bước.
Bao tội khổ trong đường ác trược,
Vì tham, sân, si, mạn gây nên,
Con hôm nay giữ trọn lời nguyền,
Xin sám hối để lòng thanh thoát;
Trí huệ quang minh như nhựt nguyệt,
Từ bi vô lượng cứu quần sinh.
Ôi ! Từ lâu ba chốn ngục hình,
Giam giữ mãi con nguyền ra khỏi,
Theo gót Ngài vượt qua khổ ải,
Nương thuyền từ vượt khỏi ái hà,
Nhớ lời Ngài: "Bờ giác không xa
Hành thập thiện cho đời tươi sáng,

Bỏ việc ác, để đời quang đãng,
Đem phúc lành gieo rắc phàm nhân."
Lời ngọc vàng ghi mãi bên lòng,
Con nguyện được sống đời rộng rãi,
Con niệm Phật để lòng nhớ mãi,
Hình bóng người cứu khổ chúng sinh.
Để theo Ngài trên bước đường lành,
Chúng con khổ, nguyện xin cứu khổ;
Chúng con khổ, nguyện xin tự độ,
Ngoài tham lam, sân hận ngập trời,
Phá si mê, trí huệ tuyệt vời,
Con nhớ đức Di Đà Lạc quốc,
Phật A Di Đà thân kim sắc,
Tướng tốt quang minh tự trang nghiêm.
Năm Tu Di uyển chuyển bạch hào,
Bốn biển lớn trong ngần mắt biếc,

Trong hào quang hóa vô số Phật,
Vô số Bồ Tát hiện ở trong,
Bốn mươi tám nguyện độ chúng sanh,
Chín phẩm sen vàng lên giải thoát,

Quy mạng lễ A Di Đà Phật,
Ở phương Tây thế giới an lành,
Con nay xin phát nguyện vãng sinh,
Cúi xin đức Từ bi tiếp độ.

Nam-mô Tây phương Cực Lạc Thế giới Đại từ Đại bi A-di-đà Phật

Nam-mô A-di-đà Phật. *(30 lần)*

Nam-mô Đại Bi Quán Thế Âm Bồ Tát *(3 lần)*

Nam-mô Đại Thế Chí Bồ Tát *(3 lần)*

Nam-mô Thanh Tịnh Đại Hải Chúng Bồ Tát *(3 lần)*

Một lòng quy kính,
Phật A Di Đà,
Thế giới Cực Lạc,
Nguyện lấy hào quang,
Trong sạch soi cho,
Lấy thệ Từ bi,
Mà nhiếp thọ cho.
Con nay chánh niệm,
Niệm hiệu Như Lai,
Vì đạo Bồ đề,
Cầu sinh Tịnh độ.
Phật xưa có thệ:
"Nếu có chúng sinh
Muốn sinh nước ta,
Hết lòng tín nguyện,
Cho đến mười niệm,
Nếu chẳng đặng sinh
Chẳng thành Chánh Giác."
Do vì nhân duyên,
Niệm hiệu Phật này,
Được vào trong bể,
Đại thệ Như Lai,
Nhờ sức Từ bi,

Các tội tiêu diệt,
Căn lành tăng trưởng.
Khi mạng gần chung,
Biết trước giờ chết,
Thân không bệnh khổ,
Tâm không tham luyến,
Ý không điên đảo,
Như vào thiền định.
Phật và Thánh chúng,
Tay nâng kim đài,
Cùng đến tiếp dẫn,
Trong khoảng một niệm,
Sinh về Cực Lạc,
Sen nở thấy Phật,
Liền nghe Phật thừa,
Chóng mở Phật tuệ,
Khắp độ chúng sinh,
Trọn Bồ đề nguyện.

Chúng sinh không số lượng,
Thệ nguyện đều độ khắp.
Phiền não không cùng tận,
Thệ nguyện đều dứt sạch.

Pháp môn không kể xiết,
Thệ nguyện đều tu học.
Phật đạo không gì hơn,
Thệ nguyện được viên thành.

BẠT NHẤT THIẾT NGHIỆP CHƯỚNG CĂN BẢN ĐẮC SINH TỊNH ĐỘ ĐÀ-LA-NI

Nam-mô A-di-đa bà dạ, đa tha dà đa dạ, đa điệt dạ tha. A-di-rị-đô bà tỳ. A-di-rị-đa tất đam bà tỳ. A-di-rị-đa tỳ ca lan đế. A-di-rị-đa tỳ ca lan đa. Dà di nị dà dà na, chỉ đa ca lệ, ta-bà-ha.

(3 lần)

TỰ QUY VÀ ĐẢNH LỄ

(Đồng đứng dậy chắp tay niệm lớn.)

Tự quy y Phật, xin nguyện chúng sinh, thể theo đạo cả, phát lòng vô thượng. *(1 lạy)*

Tự quy y Pháp, xin nguyện chúng sanh thấu rõ kinh tạng, trí tuệ như biển. *(1 lạy)*

Tự quy y Tăng, xin nguyện chúng sanh, thống lý đại chúng, hết thảy không ngại. *(1 lạy)*

HỒI HƯỚNG

Nguyện đem công đức này
Hướng về khắp tất cả
Đệ tử và chúng sinh
Đều trọn thành Phật đạo.

(Xá 3 xá rồi lui ra.)

NGHI THỨC CẦU AN

NIÊM HƯƠNG LỄ BÁI

(Thắp đèn đốt hương trầm xong, đại chúng đứng ngay ngắn, chắp tay ngang ngực mật niệm.)

Tịnh pháp giới chân ngôn

Án lam xóa ha.

(3 lần)

Tịnh tam nghiệp chân ngôn

Án ta phạ bà phạ, truật đà ta phạ, đạt ma ta phạ, bà phạ truật độ hám.

(3 lần)

(Vị chủ lễ thắp 3 cây hương, quỳ ngay thẳng, cầm hương ngang trán, niệm lớn bài cúng hương.)

CÚNG HƯƠNG TÁN PHẬT

Nguyện đem lòng thành kính,
Gởi theo đám mây hương.
Phưởng phất khắp mười phương,
Cúng dường ngôi Tam Bảo.
Thề trọn đời giữ đạo,
Theo tự tánh làm lành.
Cùng pháp giới chúng sanh,
Cầu Phật từ gia hộ.
Tâm bồ đề kiên cố,
Chí tu học vững bền,
Xa bể khổ nguồn mê,
Chóng quay về bờ Giác.

(Xá rồi đọc tiếp bài kệ Tán Phật)

Đấng Pháp Vương vô thượng,
Ba cõi chẳng ai bằng.
Thầy dạy khắp trời người,
Cha lành chung bốn loại.
Quy y trọn một niệm,
Dứt sạch nghiệp ba kỳ.
Xưng dương cùng tán thán,
Ức kiếp không cùng tận.

KỲ NGUYỆN

Nay đệ tử chúng con phụng trì di giáo đức Bổn Sư Thích-ca Mâu-ni Phật, trì tụng kinh chú, xưng tán hồng danh, tu hành công đức, ngưỡng nguyện mười phương Tam bảo, Bổn sư Thích-ca Mâu-ni Phật, chư Bồ Tát trong Pháp hội Đại Bi, từ bi gia hộ đệ tử phiền não dứt sạch, nghiệp chướng tiêu trừ, thường được an lành, xa lìa khổ ách, cùng hết thảy chúng sinh, nhất thời đồng đắc Vô thượng Chánh đẳng Chánh giác.

QUÁN TƯỞNG

(Đứng dậy cắm hương rồi vị chủ lễ chắp tay đứng thẳng và niệm)

Phật, chúng sanh tánh thường rỗng lặng,
Đạo cảm thông không thể nghĩ bàn.
Lưới đế châu ví đạo tràng,
Mười phương Phật bảo hào quang sáng ngời.

Trước bảo tọa thân con ảnh hiện,
Cúi đầu xin thệ nguyện quy y.

ĐẢNH LỄ

(Vị chủ lễ xá 3 xá rồi niệm lớn)

Nam-mô tận hư không biến pháp giới quá, hiện, vị lai chư Phật, Tôn Pháp, Hiền Thánh Tăng thường trú Tam Bảo.

(Đồng lạy một lạy.)

Nam-mô Ta Bà Giáo Chủ, Đại từ Đại bi Bổn Sư Thích Ca Mâu Ni Phật, Đương Lai Hạ Sanh Di Lặc Tôn Phật, Linh Sơn Hội Thượng Phật Bồ Tát.

(Đồng lạy một lạy.)

Nam-mô Tây Phương Cực Lạc Thế Giới Đại Từ Đại Bi A Di Đà Phật, Đại Bi Quán Thế Âm Bồ Tát, Đại Thế Chí Bồ Tát, Thanh Tịnh Đại Hải Chúng Bồ Tát.

(Đồng lạy một lạy.)

TRÌ NIỆM
CHÚ ĐẠI BI

Nam-mô Đại Bi Hội Thượng Phật Bồ Tát. *(3 lần)*

Thiên thủ thiên nhãn vô ngại đại bi tâm đà-la-ni.

Nam-mô hắc ra đát na đa ra dạ da. Nam-mô a rị da, bà lô kiết đế, thước bát ra da, bồ đề tát đỏa bà da, ma ha tát đỏa bà da, ma ha ca lô ni ca da. Án, tát bàn ra phạt duệ, số đát na đát tả. Nam-mô tất kiết lật đỏa y mông, a rị da bà lô kiết đế, thất phật ra lăng đà bà.

Nam-mô na ra cẩn trì hê rị, ma ha bàn đa sa mế, tát bà a tha đậu du bằng, a thệ dựng, tát bà tát đa, na ma bà dà, ma phạt đạt đậu, đát điệt tha. Án a bà lô hê, lô ca đế, ca ra đế, di hê rị, ma ha bồ đề tát đỏa, tát bà tát bà, ma ra ma ra, ma hê ma hê, rị đà dựng cu lô cu lô, kiết mông độ lô độ lô, phạt xà da đế, ma ha phạt xà da đế, đà ra đà ra, địa rị ni, thất Phật ra da, dá ra dá ra. Mạ mạ phạt ma ra, mục đế lệ, y hê y hê, thất na thất na, a ra sâm Phật ra xá lợi, phạt sa phạt sâm, Phật ra xá da, hô lô hô lô ma ra, hô lô hô lô hê rị, ta ra ta ra, tất rị tất rị, tô rô tô rô, bồ đề dạ bồ đề dạ, bồ đà dạ bồ đà dạ, di đế rị dạ, na ra cẩn trì địa rị sắc ni na, ba dạ ma na, ta bà ha. Tất đà dạ, ta bà ha. Ma ha tất đà dạ ta bà ha. Tất đà du nghệ, thất bàn ra dạ, ta bà ha. Na ra cẩn trì, ta bà ha. Ma ra na ra, ta bà ha. Tất ra tăng a mục khê da, ta bà ha. Ta bà ma ha, a tất đà dạ, ta bà ha. Giả kiết ra a tất đà dạ, ta bà ha. Ba đà ma yết, tất đà dạ, ta bà ha. Na ra cẩn trì bàn đà ra dạ, ta bà ha. Ma bà ly thắng yết ra dạ, ta bà ha.

Nam-mô hắc ra đát na đa ra dạ da. Nam-mô a rị da bà lô yết đế, thước bàn ra dạ, ta bà ha.

Án tất điện đô, mạn đa ra, bạt đà dạ, ta bà ha. *(3 lần)*

CHÚ CHUẨN ĐỀ

Cúi đầu quy y Tô Tất Đế,
Thành tâm đảnh lễ đấng Thất Cu Chi,
Đệ tử xưng tán đức Đại Chuẩn Đề,
Nguyện đức Từ bi xót thương gia hộ.

Nam-mô tát đa nẩm, Tam miệu Tam bồ đề, cu chi nẩm, đát điệt tha. Án, chiết lệ chủ lệ Chuẩn đề ta bà ha. *(7 lần)*

Đệ tử vốn tạo các vọng nghiệp,
Đều do vô thỉ tham, sân, si.
Từ thân miệng ý phát sinh ra.
Đệ tử thảy đều xin sám hối.

THẤT PHẬT DIỆT TỘI CHƠN NGÔN

Ly bà ly bà đế, Cầu ha cầu ha đế, Đà la ny đế, Ny ha ra đế, Tỳ lê nế đế, Ma ha dà đế, Chơn lăng càn đế, ta bà ha. *(3 lần)*

Nguyện ngày an lành, đêm an lành,
Đêm ngày sáu thời thường an lành,
Tất cả các thời đều an lành,
Xin nguyện Từ Bi thường gia hộ.

Nam-mô Dược Sư Lưu Ly Quang Vương Phật *(30 lần)*

Nam-mô A Di Đà Phật *(10 lần)*

Nam-mô Quán Thế Âm Bồ Tát *(10 lần)*

Nam-mô Đại Bi Hội Thượng Phật Bồ Tát *(10 lần)*

MA-HA BÁT-NHÃ BA-LA-MẬT-ĐA TÂM KINH

Quán Tự Tại Bồ Tát hành thâm Bát-nhã ba-la-mật-đa thời chiếu kiến ngũ uẩn giai không, độ nhất thiết khổ ách.

Xá-lợi tử! Sắc bất dị không, không bất dị sắc; sắc tức thị không, không tức thị sắc. Thọ, tưởng, hành, thức diệc phục như thị.

Xá-lợi tử! Thị chư pháp không tướng, bất sanh bất diệt, bất cấu bất tịnh, bất tăng bất giảm. Thị cố không trung vô sắc, vô thọ, tưởng, hành, thức; vô nhãn, nhĩ, tị, thiệt, thân, ý; vô sắc, thanh, hương, vị, xúc, pháp; vô nhãn giới, nãi chí vô ý thức giới; vô vô minh, diệc vô vô minh tận; nãi chí vô lão tử, diệc vô lão tử tận; vô khổ, tập, diệt, đạo; vô trí diệc vô đắc.

Dĩ vô sở đắc cố, Bồ-đề-tát-đỏa y Bát-nhã ba-la-mật-đa cố, tâm vô quái ngại, vô quái ngại cố, vô hữu khủng bố, viễn ly điên đảo mộng tưởng, cứu cánh Niết-bàn. Tam thế chư Phật y Bát-nhã ba-la-mật-đa cố, đắc A-nậu-đa-la Tam-miệu Tam-bồ-đề.

Cố tri Bát-nhã ba-la-mật-đa thị đại thần chú, thị đại minh chú, thị vô thượng chú, thị vô đẳng đẳng chú, năng trừ nhất thiết khổ, chân thật bất hư.

Cố thuyết Bát-nhã ba-la-mật-đa chú, tức thuyết chú viết:

Yết-đế, yết-đế, ba-la-yết-đế, ba-la-tăng-yết-đế, Bồ-đề tát-bà-ha. (3 lần)

TIÊU TAI CÁT TƯỜNG THẦN CHÚ

Nam-mô tam mãn đa mẫu đà nẫm, a bát ra để hạ đa xá, ta nẵng nẫm, đát điệt tha. Án khư khư, khư hê, khư hê, hồng hồng, nhập phạ ra, nhập phạ ra, bát ra nhập phạ ra, bát ra nhập phạ ra, để sắc sá, để sắc sá, sắc trí rị, sắc trí rị, ta phấn tra, ta phấn tra, phiến để ca, thất rị duệ ta phạ ha. *(3 lần)*

TỰ QUY VÀ ĐẢNH LỄ

(Đồng đứng dậy chắp tay niệm lớn.)

Tự quy y Phật, xin nguyện chúng sinh, thể theo đạo cả, phát lòng vô thượng.

(1 lạy)

Tự quy y Pháp, xin nguyện chúng sanh thấu rõ kinh tạng, trí tuệ như biển.

(1 lạy)

Tự quy y Tăng, xin nguyện chúng sanh, thống lý đại chúng, hết thảy không ngại.

(1 lạy)

HỒI HƯỚNG TIÊU TRỪ NGHIỆP CHƯỚNG

Nguyện tiêu ba chướng trừ phiền não,

Nguyện chơn trí tuệ thường sáng tỏ,

Nguyện bao tội chướng thảy tiêu trừ,

Kiếp kiếp thường tu Bồ Tát đạo.

(Xá rồi lui ra.)

NGHI THỨC
SÁM HỐI

NIỆM HƯƠNG LỄ BÁI

(Thắp đèn đốt hương trầm xong, đại chúng đứng ngay ngắn, chắp tay ngang ngực mật niệm.)

Tịnh pháp giới chân ngôn

Án lam xóa ha.

(3 lần)

Tịnh tam nghiệp chân ngôn

Án ta phạ bà phạ, truật đà ta phạ, đạt ma ta phạ, bà phạ truật độ hám.

(3 lần)

(Vị chủ lễ thắp 3 cây hương, quỳ ngay thẳng, cầm hương ngang trán, niệm lớn bài cúng hương.)

CÚNG HƯƠNG TÁN PHẬT

Nguyện đem lòng thành kính,
Gửi theo đám mây hương.
Phưởng phất khắp mười phương,
Cúng dường ngôi Tam Bảo.
Thề trọn đời giữ đạo,
Theo tự tánh làm lành.
Cùng pháp giới chúng sanh,
Cầu Phật từ gia hộ.
Tâm bồ đề kiên cố,
Chí tu học vững bền,
Xa bể khổ nguồn mê,
Chóng quay về bờ Giác.

(Xá rồi đọc tiếp bài kệ Tán Phật)

Đấng Pháp Vương vô thượng,
Ba cõi chẳng ai bằng.
Thầy dạy khắp trời người,
Cha lành chung bốn loại.
Quy y tròn một niệm,
Dứt sạch nghiệp ba kỳ.
Xưng dương cùng tán thán,
Ức kiếp không cùng tận.

KỲ NGUYỆN

Đệ tử chúng con nguyện ngôi Tam bảo thường trú trong mười phương, Đức Bổn Sư Thích-ca Mâu-ni Phật, Đức Tiếp Dẫn Đạo Sư A-di-đà Phật, chứng minh gia bị, chúng con lâu đời lâu kiếp, vì tánh hôn mê, chẳng kể chánh tà, gây nhiều tội ác, tổn người hại vật, báng Phật Pháp Tăng. Hôm nay một dạ chí thành, nguyện xin sám hối. Ngưỡng mong oai đức từ bi, tội chướng tiêu trừ, căn lành tăng trưởng, cùng pháp giới chúng sinh, tu đạo Bồ-đề, trang nghiêm phước tuệ, nhất thời đồng đắc Vô thượng Chánh đẳng Chánh giác.

QUÁN TƯỞNG

(Đứng dậy cắm hương rồi vị chủ lễ chắp tay đứng thẳng và niệm)

Phật, chúng sanh tánh thường rỗng lặng,
Đạo cảm thông không thể nghĩ bàn.

Lưới đế châu ví đạo tràng,
Mười phương Phật bảo hào quang sáng ngời.
Trước bảo tọa thân con ảnh hiện,
Cúi đầu xin thệ nguyện quy y.

ĐẢNH LỄ

(Vị chủ lễ xá 3 xá rồi niệm lớn)

Nam-mô tận hư không biến pháp giới quá, hiện, vị lai chư Phật, Tôn Pháp, Hiền Thánh Tăng thường trú Tam Bảo. *(Đồng lạy một lạy.)*

Nam-mô Ta Bà Giáo Chủ, Đại từ Đại bi Bổn Sư Thích Ca Mâu Ni Phật, Đương Lai Hạ Sanh Di Lặc Tôn Phật, Linh Sơn Hội Thượng Phật Bồ Tát. *(Đồng lạy một lạy.)*

Nam-mô Tây Phương Cực Lạc Thế Giới Đại Từ Đại Bi A Di Đà Phật, Đại Bi Quán Thế Âm Bồ Tát, Đại Thế Chí Bồ Tát, Thanh Tịnh Đại Hải Chúng Bồ Tát. *(Đồng lạy một lạy.)*

TRÌ NIỆM CHÚ ĐẠI BI

(Toàn thể đều tụng.)

Nam-mô Đại Bi Hội Thượng Phật Bồ Tát. *(3 lần)*

Thiên thủ thiên nhãn vô ngại đại bi tâm đà-la-ni.

Nam-mô hắc ra đát na đa ra dạ da. Nam-mô a rị da, bà lô kiết đế, thước bát ra da, bồ đề tát đỏa bà da, ma ha tát đỏa bà da, ma ha ca lô ni ca da. Án, tát bàn ra phạt duệ, số đát na đát tả. Nam-mô tất kiết lật đỏa y mông, a rị da bà lô kiết đế, thất phật ra lăng đà bà.

Nam-mô na ra cẩn trì hê rị, ma ha bàn đa sa mế, tát bà a tha đậu du bằng, a thệ dựng, tát bà tát đa, na ma bà dà, ma phạt đạt đậu, đát điệt tha. Án a bà lô hê, lô ca đế, ca ra đế, di hê rị, ma ha bồ đề tát đỏa, tát bà tát bà, ma ra ma ra, ma hê ma hê, rị đà dựng cu lô cu lô, kiết mông độ lô độ lô, phạt xà da dế, ma ha phạt xà da đế, đà ra đà ra, địa rị ni, thất Phật ra da, dá ra dá ra. Mạ mạ phạt ma ra, mục đế lệ, y hê y hê, thất na thất na, a ra sâm Phật ra xá lợi, phạt sa phạt sâm, Phật ra xá da, hô lô hô lô ma ra, hô lô hô lô hê rị, ta ra ta ra, tất rị tất rị, tô rô tô rô, bồ đề dạ bồ đề dạ, bồ đà dạ bồ đà dạ, di đế rị dạ, na ra cẩn trì địa rị sắc ni na, ba dạ ma na, ta bà ha. Tất đà dạ, ta bà ha. Ma ha tất đà dạ ta bà ha. Tất đà du nghệ, thất bàn ra dạ, ta bà ha. Na ra cẩn trì, ta bà ha. Ma ra na ra, ta bà ha. Tất ra tăng a mục khê da, ta bà ha. Ta bà ma ha, a tất đà dạ, ta bà ha. Giả kiết ra a tất đà dạ, ta bà ha. Ba đà ma yết, tất đà dạ, ta bà ha. Na ra cẩn trì bàn đà ra dạ, ta bà ha. Ma bà lỵ thắng yết ra dạ, ta bà ha.

Nam-mô hắc ra đát na đa ra dạ da. Nam-mô a rị da bà lô yết đế, thước bàn ra dạ, ta bà ha.

Án tất điện đô, mạn đa ra, bạt đà dạ, ta bà ha. (3 lần)

Đại từ, đại bi thương chúng sanh,
Đại hỷ, đại xả cứu muôn loài.
Tướng tốt chói sáng tự trang nghiêm,
Đệ tử chí tâm quy mạng lễ.

Nam-mô tận hư không, biến pháp giới, nhất thiết Chư Phật.

(1 lạy)

Nam-mô tận hư không, biến pháp giới, nhất thiết Tôn Pháp.

(1 lạy)

Nam-mô tận hư không, biến pháp giới, nhất thiết Hiền Thánh Tăng.

(1 lạy)

Nam-mô Quá khứ Tỳ Bà Thi Phật.

(1 lạy)

Nam-mô Thi-khí Phật.

(1 lạy)

Nam-mô Tỳ-xá-phù Phật.

(1 lạy)

Nam-mô Câu Lưu Tôn Phật.

(1 lạy)

Nam-mô Câu-na-hàm Mâu-ni Phật.

(1 lạy)

Nam-mô Ca Diếp Phật.

(1 lạy)

Nam-mô Bổn Sư Thích Ca Mâu Ni Phật.

(1 lạy)

Nam-mô Pháp giới Tạng thân A-di-đà Phật.

(1 lạy)

Nam-mô Đại bi Quán Thế Âm Bồ Tát.

(1 lạy)

Nam-mô Đạo tràng Hội thượng Phật Bồ Tát.

(1 lạy)

SÁM HỐI

(Đồng quỳ tụng bài phát nguyện sám hối.)

Đệ tử kính lạy,
Đức Phật Thích Ca,
Phật A Di Đà,
Thập phương chư Phật,
Vô lượng Phật Pháp,
Cùng Thánh Hiền Tăng.
Đệ tử lâu đời lâu kiếp,
Nghiệp chướng nặng nề,
Tham giận kiêu căng,
Si mê lầm lạc.
Ngày nay nhờ Phật,
Biết sự lỗi lầm,
Thành tâm sám hối.
Thề tránh điều dữ,
Nguyện làm việc lành.
Ngửa trông ơn Phật,
Từ bi gia hộ.
Thân không tật bệnh,
Tâm không phiền não.
Hằng ngày an vui tu tập,
Phép Phật nhiệm mầu,

Để mau ra khỏi luân hồi.
Minh tâm kiến tánh,
Trí tuệ sáng suốt,
Thần thông tự tại.
Đặng cứu độ các bậc tôn trưởng,
Cha mẹ, anh em,
Thân bằng, quyến thuộc
Cùng tất cả chúng sanh,
Đồng thành Phật đạo.

(Đồng ngồi đồng tụng.)

NIỆM PHẬT

Thân Phật thanh tịnh tợ lưu ly,
Trí Phật sáng ngời như trăng sáng,
Phật ở thế gian thường cứu khổ,
Tâm Phật không đâu không từ bi.

Nam mô Đại Từ Đại Bi A Di Đà Phật.

Nam mô A Di Đà Phật.

(30 lần)

Nam mô Quán Thế Âm Bồ Tát.

(3 lần)

Nam mô Đại Thế Chí Bồ Tát.

(3 lần)

Nam mô Thanh Tịnh Đại Hải Chúng Bồ Tát.

(3 lần)

MA-HA BÁT-NHÃ BA-LA-MẬT-ĐA TÂM KINH

Quán Tự Tại Bồ Tát hành thâm Bát-nhã ba-la-mật-đa thời chiếu kiến ngũ uẩn giai không, độ nhất thiết khổ ách.

Xá-lợi tử! Sắc bất dị không, không bất dị sắc; sắc tức thị không, không tức thị sắc. Thọ, tưởng, hành, thức diệc phục như thị.

Xá-lợi tử! Thị chư pháp không tướng, bất sanh bất diệt, bất cấu bất tịnh, bất tăng bất giảm. Thị cố không trung vô sắc, vô thọ, tưởng, hành, thức; vô nhãn, nhĩ, tị, thiệt, thân, ý; vô sắc, thanh, hương, vị, xúc, pháp; vô nhãn giới, nãi chí vô ý thức giới; vô vô minh, diệc vô vô minh tận; nãi chí vô lão tử, diệc vô lão tử tận; vô khổ, tập, diệt, đạo; vô trí diệc vô đắc.

Dĩ vô sở đắc cố, Bồ-đề-tát-đỏa y Bát-nhã ba-la-mật-đa cố, tâm vô quái ngại, vô quái ngại cố, vô hữu khủng bố, viễn ly điên đảo mộng tưởng, cứu cánh Niết-bàn. Tam thế chư Phật y Bát-nhã ba-la-mật-đa cố, đắc A-nậu-đa-la Tam-miệu Tam-bồ-đề.

Cố tri Bát-nhã ba-la-mật-đa thị đại thần chú, thị đại minh chú, thị vô thượng chú, thị vô đẳng đẳng chú, năng trừ nhất thiết khổ, chân thật bất hư.

Cố thuyết Bát-nhã ba-la-mật-đa chú, tức thuyết chú viết:

Yết-đế, yết-đế, ba-la-yết-đế, ba-la-tăng-yết-đế, Bồ-đề tát-bà-ha.

(3 lần)

(Chủ lễ xướng.)

SÁM HỐI

Tội từ tâm khởi, đem tâm sám,
Tâm được tịnh rồi, tội liền tiêu.
Tội tiêu tâm tịnh, thảy đều không,
Thế mới thật là chơn sám hối.

Nam-mô Cầu Sám Hối Bồ Tát Ma-ha-tát. *(3 lần)*

(Toàn thể đều tụng.)

THẤT PHẬT DIỆT TỘI CHÂN NGÔN

Ly bà ly bà đế, Cầu ha cầu ha đế, Đà la ni đế, Ny ha ra đế, Tỳ lê nế đế, Ma ha dà đế, Chơn lăng càn đế, ta bà ha. *(3 lần)*

TỰ QUY VÀ ĐẢNH LỄ

(Đồng đứng dậy chắp tay niệm lớn.)

Tự quy y Phật, xin nguyện chúng sinh, thể theo đạo cả, phát lòng vô thượng.

(1 lạy)

Tự quy y Pháp, xin nguyện chúng sanh thấu rõ kinh tạng, trí tuệ như biển.

(1 lạy)

Tự quy y Tăng, xin nguyện chúng sanh, thống lý đại chúng, hết thảy không ngại.

(1 lạy)

HỒI HƯỚNG

Công đức sám hối khó nghĩ lường,
Vô biên thắng phước đều hồi hướng.
Khắp nguyện chúng sinh trong pháp giới,
Đều được vãng sinh về Cực Lạc.

(Xá 3 xá rồi lui ra.)

NGHI THỨC
CẦU SIÊU

NIỆM HƯƠNG LỄ BÁI

(Thắp đèn đốt hương trầm xong, đại chúng đứng ngay ngắn, chắp tay ngang ngực mật niệm.)

Tịnh pháp giới chân ngôn

Án lam xóa ha.

(3 lần)

Tịnh tam nghiệp chân ngôn

Án ta phạ bà phạ, truật đà ta phạ, đạt ma ta phạ, bà phạ truật độ hám.

(3 lần)

(Vị chủ lễ thắp 3 cây hương, quỳ ngay thẳng, nâng hương ngang trán, niệm lớn bài cúng hương.)

CÚNG HƯƠNG TÁN PHẬT

Nguyện đem lòng thành kính,
Gởi theo đám mây hương.
Phưởng phất khắp mười phương,
Cúng dường ngôi Tam Bảo.
Thề trọn đời giữ đạo,
Theo tự tánh làm lành.
Cùng pháp giới chúng sanh,
Cầu Phật từ gia hộ.
Tâm bồ đề kiên cố,
Chí tu học vững bền,
Xa bể khổ nguồn mê,
Chóng quay về bờ Giác.

(Xá rồi đọc tiếp bài kệ Tán Phật)

Đấng Pháp Vương vô thượng,
Ba cõi chẳng ai bằng.
Thầy dạy khắp trời người,
Cha lành chung bốn loại.
Quy y tròn một niệm,
Dứt sạch nghiệp ba kỳ.
Xưng dương cùng tán thán,
Ức kiếp không cùng tận.

KỲ NGUYỆN

Nay có Phật tử tên là:..........
Pháp danh:...............
thệ thế ngày... tháng... năm....

Chúng con một dạ chí thành, ngưỡng cầu Tam Bảo, từ bi gia hộ cho hương linh phát tâm Bồ-đề rộng lớn, dứt sạch nghiệp chướng sâu dày, sinh về thế giới an lành, khắp độ chúng sinh đồng thành Phật đạo.

QUÁN TƯỞNG

(Đứng dậy cắm hương rồi vị chủ lễ chắp tay đứng thẳng và niệm)

Phật, chúng sanh tánh thường rỗng lặng,
Đạo cảm thông không thể nghĩ bàn.
Lưới đế châu ví đạo tràng,
Mười phương Phật bảo hào quang sáng ngời.
Trước bảo tọa thân con ảnh hiện,
Cúi đầu xin thệ nguyện quy y.

ĐẢNH LỄ

(Vị chủ lễ xá 3 xá rồi niệm lớn)

Nam-mô tận hư không biến pháp giới quá, hiện, vị lai chư Phật, Tôn Pháp, Hiền Thánh Tăng thường trú Tam Bảo.

(Đồng lạy một lạy.)

Nam-mô Ta Bà Giáo Chủ, Đại từ Đại bi Bổn Sư Thích Ca Mâu Ni Phật, Đương Lai Hạ Sanh Di Lặc Tôn Phật, Linh Sơn Hội Thượng Phật Bồ Tát.

(Đồng lạy một lạy.)

Nam-mô Tây Phương Cực Lạc Thế Giới Đại Từ Đại Bi A Di Đà Phật, Đại Bi Quán Thế Âm Bồ Tát, Đại Thế Chí Bồ Tát, Thanh Tịnh Đại Hải Chúng Bồ Tát.

(Đồng lạy một lạy.)

TRÌ NIỆM CHÚ ĐẠI BI

(Toàn thể đều tụng.)

Nam-mô Đại Bi Hội Thượng Phật Bồ Tát. *(3 lần)*

Thiên thủ thiên nhãn vô ngại đại bi tâm đà-la-ni.

Nam-mô hắc ra đát na đa ra dạ da. Nam-mô a rị da, bà lô kiết đế, thước bát ra da, bồ đề tát đỏa bà da, ma ha tát đỏa bà da, ma ha ca lô ni ca da. Án, tát bàn ra phạt duệ, số đát na đát tả. Nam-mô tất kiết lật đỏa y mông, a rị da bà lô kiết đế, thất phật ra lăng đà bà.

Nam-mô na ra cẩn trì hê rị, ma ha bàn đa sa mế, tát bà a tha đậu du bằng, a thệ dựng, tát bà tát đa, na ma bà dà, ma phạt đạt đậu, đát điệt tha. Án a bà lô hê, lô ca đế, ca ra đế, di hê rị, ma ha bồ đề tát đỏa, tát bà tát bà, ma ra ma ra, ma hê ma hê, rị đà dựng cu lô cu lô, kiết mông độ lô độ lô, phạt xà da đế, ma ha phạt xà da đế, đà ra đà ra, địa rị ni, thất Phật ra da, dá ra dá ra. Mạ mạ phạt ma ra, mục đế lệ, y hê y hê, thất na thất na, a ra sâm Phật ra xá lợi, phạt sa phạt sâm, Phật ra xá da, hô lô hô lô ma ra, hô lô hô lô hê rị, ta ra ta ra, tất rị tất rị, tô rô tô rô, bồ đề dạ bồ đề dạ, bồ đà dạ bồ đà dạ, di đế rị dạ, na ra cẩn trì địa rị sắc ni na, ba dạ ma na, ta bà ha. Tất đà dạ, ta bà ha. Ma ha tất đà dạ ta bà ha. Tất đà du nghệ, thất bàn ra dạ, ta bà ha. Na ra cẩn trì, ta bà ha. Ma ra na ra, ta bà ha. Tất ra tăng a mục khê da, ta bà ha. Ta bà ma ha, a tất đà dạ, ta bà ha. Giả kiết ra a tất đà dạ, ta bà ha. Ba đà ma yết, tất đà dạ, ta bà ha. Na ra cẩn trì bàn đà ra dạ, ta bà ha. Ma bà lỵ thắng yết ra dạ, ta bà ha.

Nam-mô hắc ra đát na đa ra dạ da. Nam-mô a rị da bà lô yết đế, thước bàn ra dạ, ta bà ha.

Án tất điện đô, mạn đa ra, bạt đà dạ, ta bà ha. *(3 lần)*

THẤT PHẬT DIỆT TỘI CHƠN NGÔN

Ly bà ly bà đế, Cầu ha cầu ha đế, Đà la ni đế, Ny ha ra đế, Tỳ lê nễ đế, Ma ha dà đế, Chơn lăng càn đế, ta bà ha. *(3 lần)*

Đại từ, đại bi thương chúng sinh,
Đại hỷ, đại xả cứu muôn loài.
Tướng tốt chói sáng tự trang nghiêm,
Đệ tử chí tâm quy mạng lễ.

Nam mô Như Lai, Ứng Cúng, Chánh Biến Tri, Minh Hạnh Túc, Thiện Thệ, Thế Gian Giải, Vô Thượng Sĩ, Điều Ngự Trượng Phu, Thiên Nhân Sư, Phật, Thế Tôn.

Nam mô Đa Bảo Như Lai
Nam mô Bảo Thắng Như Lai
Nam mô Diệu Sắc Thân Như Lai
Nam mô Quảng Bác Thân Như Lai
Nam mô Ly Bố Úy Như Lai
Nam mô Cam Lộ Vương Như Lai
Nam mô A Di Đà Như Lai.
Nam-mô Thập phương Thường trú Tam Bảo. *(3 lần)*

QUY Y LINH

Hương linh quy y Phật.
Hương linh quy y Pháp.
Hương linh quy y Tăng.
Hương linh quy y Phật, đấng phước trí vẹn toàn.
Hương linh quy y Pháp, đạo thoát ly tham dục.
Hương linh quy y Tăng, bậc tu hành cao tột.
Hương linh quy y Phật, nguyện đời đời kiếp kiếp, không quy y thiên, thần, quỷ, vật.

Hương linh quy y Pháp, nguyện đời đời kiếp kiếp, không quy y ngoại đạo tà giáo.

Hương linh quy y Tăng, nguyện đời đời kiếp kiếp, không quy y tổn hữu ác đảng.

Hương linh đã quy y Phật.
Hương linh đã quy y Pháp.
Hương linh đã quy y Tăng.

Hương linh vốn tạo các vọng nghiệp,
Đều do vô thỉ tham, sân, si,
Từ thân, miệng, ý phát sinh ra,
Hương linh thảy đều xin sám hối.

(Một mình vị chủ lễ niệm lớn)

Nguyện tận hư không, biến pháp giới, quá hiện vị lai chư Phật, tôn Pháp, Hiền Thánh Tăng, thường trú Tam Bảo, tiếp độ hương linh vãng sanh Cực Lạc quốc.

*(Đồng lạy 1 lạy,
đồng tụng dâng lễ.)*

NGHI THỨC TỤNG NIỆM

Hương linh vốn tạo các vọng nghiệp,
Đều do vô thỉ tham, sân, si,
Từ thân, miệng, ý phát sinh ra,
Hương linh thảy đều xin sám hối.

(Một mình vị chủ lễ niệm lớn)

Nguyện Ta bà Giáo chủ đại từ đại bi Bổn Sư Thích Ca Mâu Ni Phật, Đương lai hạ sanh Di Lặc Tôn Phật, Đại nguyện Địa Tạng Vương Bồ Tát, Linh Sơn Hội Thượng Phật Bồ Tát tiếp độ hương linh, vãng sinh Cực Lạc quốc.

(Đồng lạy 1 lạy, đồng tụng dâng lễ.)

Hương linh vốn tạo các vọng nghiệp,
Đều do vô thỉ tham, sân, si,
Từ thân, miệng, ý phát sinh ra,
Hương linh thảy đều xin sám hối.

CẦU SIÊU

(Một mình vị chủ lễ niệm lớn)

Nguyện Tây Phương Giáo chủ đại từ đại bi Tiếp-dẫn Đạo Sư A Di Đà Phật, Đại Bi Quán Thế Âm Bồ Tát, Đại Thế Chí Bồ Tát, Thanh Tịnh Đại Hải chúng Bồ Tát tiếp độ hương linh, vãng sinh Cực Lạc quốc.

(Đồng lạy 1 lạy. Đánh 3 tiếng chuông, chắp tay đồng niệm)

Quy mạng lễ A Di Đà Phật,
Ở phương Tây thế giới an lành,
Con nay xin phát nguyện vãng sanh.
Cúi xin đức Từ Bi tiếp độ.

Nam mô Tây Phương Cực Lạc thế giới Đại Từ Đại Bi Tiếp Dẫn Đạo Sư A Di Đà Phật. *(Xá một xá)*

Nam mô A Di Đà Phật *(30 lần)*

Nam mô Quán Thế Âm Bồ Tát *(3 lần)*

Nam mô Đại Thế Chí Bồ Tát *(3 lần)*
Nam mô Địa Tạng Vương Bồ Tát *(3 lần)*
Nam mô Thanh Tịnh Đại Hải Chúng Bồ Tát *(3 lần)*

(Đánh 3 tiếng chuông.)

Ba đời mười phương Phật,
A Di Đà bậc nhất,
Chín phẩm độ chúng sinh,
Oai đức không cùng cực,
Con nay vì hương linh,
Sám hối ba nghiệp tội,
Phàm được bao phước thiện,
Chí tâm nguyện hồi hướng,
Nguyện cùng người niệm Phật,
Vãng sinh nước Cực Lạc,
Thấy Phật ngộ pháp tánh,
Phát tâm đại Bồ Đề,
Đoạn vô biên phiền não,
Tu vô lượng pháp môn,
Thệ nguyện độ chúng sinh,
Đều trọn thành Phật Đạo.

(Đánh 3 tiếng chuông)

MA-HA BÁT-NHÃ BA-LA-MẬT-ĐA TÂM KINH

Quán Tự Tại Bồ Tát hành thâm Bát-nhã ba-la-mật-đa thời chiếu kiến ngũ uẩn giai không, độ nhất thiết khổ ách.

Xá-lợi tử! Sắc bất dị không, không bất dị sắc; sắc tức thị không, không tức thị sắc. Thọ, tưởng, hành, thức diệc phục như thị.

Xá-lợi tử! Thị chư pháp không tướng, bất sanh bất diệt, bất cấu bất tịnh, bất tăng bất giảm. Thị cố không trung vô sắc, vô thọ, tưởng, hành, thức; vô nhãn, nhĩ, tị, thiệt, thân, ý; vô sắc, thanh, hương, vị, xúc, pháp; vô nhãn giới, nãi chí vô ý thức giới; vô vô minh, diệc vô vô minh tận; nãi chí vô lão tử, diệc vô lão tử tận; vô khổ, tập, diệt, đạo; vô trí diệc vô đắc.

Dĩ vô sở đắc cố, Bồ-đề-tát-đỏa y Bát-nhã ba-la-mật-đa cố, tâm vô quái ngại, vô quái ngại cố, vô hữu khủng bố, viễn ly điên đảo mộng tưởng, cứu cánh Niết-bàn. Tam thế chư Phật y Bát-nhã ba-la-mật-đa cố, đắc A-nậu-đa-la Tam-miệu Tam-bồ-đề.

Cố tri Bát-nhã ba-la-mật-đa thị đại thần chú, thị đại minh chú, thị vô thượng chú, thị vô đẳng đẳng chú, năng trừ nhất thiết khổ, chân thật bất hư.

Cố thuyết Bát-nhã ba-la-mật-đa chú, tức thuyết chú viết:

Yết-đế, yết-đế, ba-la-yết-đế, ba-la-tăng-yết-đế, Bồ-đề tát-bà-ha. *(3 lần)*

BẠT NHẤT THIẾT NGHIỆP CHƯỚNG CĂN BẢN ĐẮC SINH TỊNH ĐỘ ĐÀ-LA-NI

Nam-mô A-di-đa bà dạ, đa tha dà đa dạ, đa điệt dạ tha. A-di-rị-đô bà tỳ. A-di-rị-đa tất đam bà tỳ. A-di-rị-đa tỳ ca lan đế. A-di-rị-đa tỳ ca lan đa. Dà di nị dà dà na, chỉ đa ca lệ, ta-bà-ha.

(3 lần)

TỰ QUY VÀ ĐẢNH LỄ

(Đồng đứng dậy chắp tay niệm lớn.)

Tự quy y Phật, xin nguyện chúng sinh, thể theo đạo cả, phát lòng vô thượng.

(1 lạy)

Tự quy y Pháp, xin nguyện chúng sanh thấu rõ kinh tạng, trí tuệ như biển.

(1 lạy)

Tự quy y Tăng, xin nguyện chúng sanh, thống lý đại chúng, hết thảy không ngại.

(1 lạy)

HỒI HƯỚNG VÃNG SINH

(Đồng niệm)

Nguyện sinh Cực Lạc cảnh phương Tây,
Chín phẩm hoa sen là cha mẹ.
Hoa nở thấy Phật chứng vô sinh,
Bồ Tát bất thối là bạn hữu.

(Xá 3 xá rồi lui ra.)

CÁC BÀI SÁM TỤNG

LỄ XUẤT GIA

Kính lạy Bồ Tát Tất Đạt Đa,
Tánh đức từ bi hằng biểu lộ,
Trải bao cuộc du hành mục đổ,
Xót sinh linh kiếp số trầm luân,
Cảnh sinh, già, đau, chết, gian truân,
Luống chịu khổ không ngừng gây khổ.
Mê chấp tánh tham, si, tật đố,
Mãi cùng nhau vầy ổ oan gia,
Nợ tuần hoàn vay trả không xa,
Trong sáu đạo trùng phùng quanh quẩn.
Bồ Tát dũ bà tâm lân mẫn,
Quyết hy sinh độ tận hữu tình,
Đoạn ái ân phú quí riêng mình,

Chọn điệu sống quang minh vô trụ,
Tìm hạnh phúc lâu dài đầy đủ,
Cùng quần sinh hưởng thú yên lành,
Gặp tuần trăng giữa lúc đêm thanh,
Rời cung cấm băng thành tìm đạo.
Hiếu tình đặt ra ngoài quyền sáo,
Mở lòng thương đại tạo bao la,
Chiếc thân vui bạn với yên hà,
Theo tiếng gọi lòng từ giục nhắc.
Lên yên ngựa cùng tôi Xa Nặc,
Lướt bụi hồng hướng nẻo rừng xanh,
Non sông gấm vóc thiên thành,
Cỏ hoa hớn hở bao quanh đón chào.
A-nô-ma sóng vỗ rạt rào,
Hy-mã-lạp tuyết ngời lóng lánh,
Nơi đánh dấu bước đường lên Thánh,
Dừng vó câu thả gánh tang bồng,

Gởi lời về tâu trước bệ rồng,
Cầu vương phụ giải lòng trông đợi.
Rừng Khổ hạnh lần dò bước tới,
Xét hành nhơn lầm lỗi nhiều phương,
Bởi người chưa rõ lý chơn thường,
Hạnh kỳ đặc hồi đầu vô ích.
Tạm dời gót trên đường điểu tích,
Tìm tận nơi tịch mịch thiên nhiên,
Trọn sáu năm núi Tuyết tham thiền,
Kham chịu cảnh màn trời chiếu đất;
Đầy ba đức cõi lòng chơn tịnh,
Không ngại ngùng thú dữ ma thiêng.
Công đức vừa đầy đủ nhơn duyên,
Trên Pháp tọa Bồ-đề chứng quả.
Hóa độ khắp đại thiên thiên hạ,
Muôn loài đều một dạ ghi ơn.

***

Chúng con nay phát nguyện tu nhơn,
Nhờ tắm gội từ vân pháp vũ.
Trước bảo điện trì kinh niệm chú,
Kỷ niệm ngày lịch sử thiêng liêng,
Cúi xin Phật, Pháp, Thánh, Hiền,
Gia hộ chóng tiêu trừ nghiệp chướng.
Ngưỡng mộ đấng Pháp vương vô thượng,
Nhứt tâm đồng đảnh lễ quy y.

Nam mô Bổn Sư Thích Ca Mâu Ni Phật.

(30 lần)

Nam mô Văn Thù Sư Lợi Bồ Tát.

(3 lần)

Nam mô Đại Hạnh Phổ Hiền Bồ Tát.

(3 lần)

Nam Mô Đạo Tràng Hội Thượng Phật Bồ Tát.

(3 lần)

LỄ KHÁNH ĐẢN

Đệ tử hôm nay
Gặp ngày Khánh đản
Một dạ vui mừng
Cúi đầu đảnh lễ
Thập phương Tam Thế
Điều Ngự Như Lai
Cùng Thánh Hiền Tăng
Chúng con cùng pháp giới chúng sanh
Bởi thiếu nhơn lành
Thảy đều sa đọa
Tham sân chấp ngã
Quên hẳn đường về
Tình ái si mê
Tù trong lục đạo
Trăm dây phiền não
Nghiệp báo không cùng
Nay nhờ Phật Tổ Năng Nhân
Dũ lòng lân mẫn
Không nỡ sinh linh thiếu phước
Nặng kiếp luân hồi

Đêm dày tăm tối
Đuốc tuệ rạng soi
Nguyện cứu muôn loài
Pháp dùng phương tiện
Ta Bà thị hiện
Thích chủng thọ sanh
Thánh Ma Gia mộng ứng điềm lành
Vua Tịnh Phạn phước sinh con thảo
Ba mươi hai tướng hảo
Vừa mười chín tuổi xuân
Lòng từ ái cực thuần
Chí xuất trần quá mạnh,
Ngai vàng quyết tránh
Tìm lối xuất gia
Sáu năm khổ hạnh rừng già
Bảy thất nghiêm tinh thiền tọa
Chứng thành đạo quả
Hàng phục ma binh
Ba cõi đều dậy tiếng hoan nghênh
Muôn vật thảy nhờ ơn tế độ.
Chúng con nguyện:

Dứt bỏ dục tình ngoan cố,
Học đòi đức tánh quang minh
Cúi xin Phật Tổ giám thành
Từ bi gia hộ.
Chúng con cùng pháp giới chúng sanh
Chóng thành đạo cả.

Nam mô Bổn Sư Thích Ca Mâu Ni Phật.

(3 lần)

Nam mô Văn Thù Sư Lợi Bồ Tát.

(3 lần)

Nam mô Đại Hạnh Phổ Hiền Bồ Tát.

(3 lần)

Nam mô Đại Bi Quán Thế Âm Bồ Tát.

(3 lần)

Nam Mô Đạo Tràng Hội Thượng Phật Bồ Tát.

(3 lần)

NGHI THỨC TỤNG NIỆM

LỄ VU LAN
CHÚ NGUYỆN

(Đồng quỳ tụng)

Đệ tử chúng con,
Vâng lời Phật dạy,
Ngày rằm tháng bảy,
Gặp hội Vu Lan,
Phạm vũ huy hoàng,
Đốt hương đảnh lễ.
Mười phương Tam thế,
Phật, Pháp, Thánh Hiền,
Noi gương đức Mục Kiền Liên,
Nguyện làm con thảo.
Lòng càng áo não,
Nhớ nghĩa thân sinh,
Con đến trưởng thành,
Mẹ dày gian khổ,
Ba năm nhũ bộ,
Chín tháng cưu mang.
Không ngớt lo toan,
Quên ăn bỏ ngủ,
Ấm no đầy đủ,

Cậy có công cha,
Chẳng quản yếu già,
Sanh nhai lam lũ.
Quyết cùng hoàn vũ,
Phấn đấu nuôi con,
Giáo dục vuông tròn,
Đem đường học đạo.
Đệ tử ơn sâu chưa báo,
Hổ phận kém hèn,
Giờ này quỳ trước đài sen,
Chí thành cung kính,
Đạo tràng thanh tịnh,
Tăng bảo trang nghiêm.
Hoặc thừa tự tứ,
Hoặc hiện tham thiền,
Đầy đủ thiện duyên,
Dủ lòng lân mẫn,
Hộ niệm cho:
Bảy kiếp cha mẹ chúng con,
Đượm nhuần mưa pháp.
Còn tại thế:
Thân tâm yên ổn,
Phát nguyện tu trì.

Đã qua đời:
Ác đạo xa lìa,
Chóng thành Phật quả.
Ngửa trông các đức Như Lai,
Khắp cõi hư không,
Từ bi gia hộ.

Nam mô Bổn Sư Thích Ca Mâu Ni Phật.

(30 lần)

Nam-mô A-di-đà Phật.

(10 lần)

Nam mô Đại Hiếu Mục Kiền Liên Bồ Tát.

(10 lần)

Nam-mô Địa Tạng Vương Bồ Tát.

(10 lần)

Nam-mô Thanh Tịnh Đại Hải Chúng Bồ Tát.

(10 lần)

LỄ THÀNH ĐẠO

Hào quang chiếu diệu.
Sáng tỏ mười phương,
Ngộ lý chơn thường,
Phá màn hôn ám.
Đệ tử lòng thành bái sám,
Trước điện dâng hoa,
Cúng dường Phật Tổ Thích Ca,
Ba ngôi thường trú.
Đệ tử chúng con,
Nhân lành chưa đủ,
Nghiệp báo theo hoài.
Nay nhờ Văn Phật Như Lai,
Giáng trần cứu độ,
Sáu năm khổ hạnh,
Bảy thất tham thiền,
Ma oán dẹp yên,
Thần long che chở,
Tâm quang rực rỡ.
Chứng lục thần thông.
Lộ chiếu minh tinh,
Đạo thành Chánh giác,
Trời, người hoan lạc,

Dậy tiếng hoan hô.
Năm mươi năm hóa độ,
Ba trăm hội đàm kinh,
Cứu phàm ngu thoát khỏi mê đồ,
Tiếp Hiền Thánh siêu sinh Tịnh độ.
Muôn đời xưng tán,
Vạn đức hồng danh,
Đệ tử chí thành,
Lễ bày kỷ niệm.
Tâm hương phụng hiến,
Gọi chút báo ân,
Ngửa trông Vô thượng Pháp vương,
Từ bi gia hộ.

Nam mô Bổn Sư Thích Ca Mâu Ni Phật. *(30 lần)*

Nam mô Văn Thù Sư Lợi Bồ Tát.

(3 lần)

Nam mô Đại Hạnh Phổ Hiền Bồ Tát. *(3 lần)*

Nam mô Đại Bi Quán Thế Âm Bồ Tát. *(3 lần)*

Nam mô Đạo Tràng Hội Thượng Bồ Tát. *(3 lần)*

MỤC LỤC

Nghi thức tụng niệm thông dụng

Nghi thức Tịnh độ 5
Nghi thức Cầu an 21
Nghi thức Sám hối 33
Nghi thức Cầu siêu 47

Các bài sám tụng

Lễ Xuất gia 63
Lễ Khánh đản 67
Lễ Vu lan 70
Lễ Thành đạo 73

Lời thưa

Trong kinh Pháp Cú, đức Phật dạy rằng: "Pháp thí thắng mọi thí." Thực hành Pháp thí là chia sẻ, truyền rộng lời Phật dạy đến với mọi người. Mỗi người Phật tử đều có thể tùy theo khả năng để thực hành Pháp thí bằng những cách thức như sau:

1. Cố gắng học hiểu và thực hành những lời Phật dạy. Tự mình học hiểu càng sâu rộng thì việc chia sẻ, bố thí Pháp càng có hiệu quả lớn lao hơn. Nên nhớ rằng việc đọc sách còn quan trọng hơn cả việc mua sách.

2. Phải trân quý kinh điển, sách vở in ấn lời Phật dạy. Khi có điều kiện thì mua, thỉnh về nhà để tự mình và người trong gia đình đều có điều kiện học hỏi làm theo. Không nên giữ làm của riêng mà phải sẵn lòng chia sẻ, truyền rộng, khuyến khích nhiều người khác cùng đọc và học theo. Không nên để kinh sách nằm yên đóng bụi trên kệ sách, vì kinh sách không có người đọc thì không thể mang lại lợi ích.

3. Tùy theo khả năng mà đóng góp tài vật, công sức để hỗ trợ cho những người làm công việc biên soạn, dịch thuật, in ấn, lưu hành kinh sách, để ngày càng có thêm nhiều kinh sách quý được in ấn, lưu hành.

Thông thường, việc chi tiêu một số tiền nhỏ không thể mang lại lợi ích lớn, nhưng nếu sử dụng vào việc giúp lưu hành kinh sách thì lợi ích sẽ lớn lao không thể suy lường. Đó là vì đã giúp cho nhiều người có thể hiểu và làm theo lời Phật dạy. Mong sao quý Phật tử khắp nơi đều lưu tâm đóng góp sức mình vào những việc như trên.

TINH YẾU THỰC HÀNH PHÁP THÍ

- *Mua thỉnh kinh sách về đọc, tự mình sẽ được rất nhiều lợi ích.*
- *Chia sẻ, truyền rộng bằng cách cho mượn, biếu tặng kinh sách đến nhiều người thì lợi ích ấy càng tăng thêm gấp nhiều lần.*
- *Đóng góp công sức, tài vật để hỗ trợ công việc biên soạn, dịch thuật, giảng giải, in ấn, lưu hành kinh sách thì công đức lớn lao không thể suy lường, vì có vô số người sẽ được lợi ích từ việc lưu hành kinh sách.*

www.ingramcontent.com/pod-product-compliance
Lightning Source LLC
LaVergne TN
LVHW011739060526
838200LV00051B/3242